Impressum
Verlag: BABADADA GmbH, Nedderfeld 112 , 22529 Hamburg
Geschäftsführer / Verlagsleitung: Harald Hof
Druck: Books on Demand GmbH, In de Tarpen 42, 22848 Norderstedt

Imprint
Publisher: BABADADA GmbH, Nedderfeld 112 , 22529 Hamburg, Germany
Managing Director / Publishing direction: Harald Hof
Print: Books on Demand GmbH, In de Tarpen 42, 22848 Norderstedt

trường học
el colegio

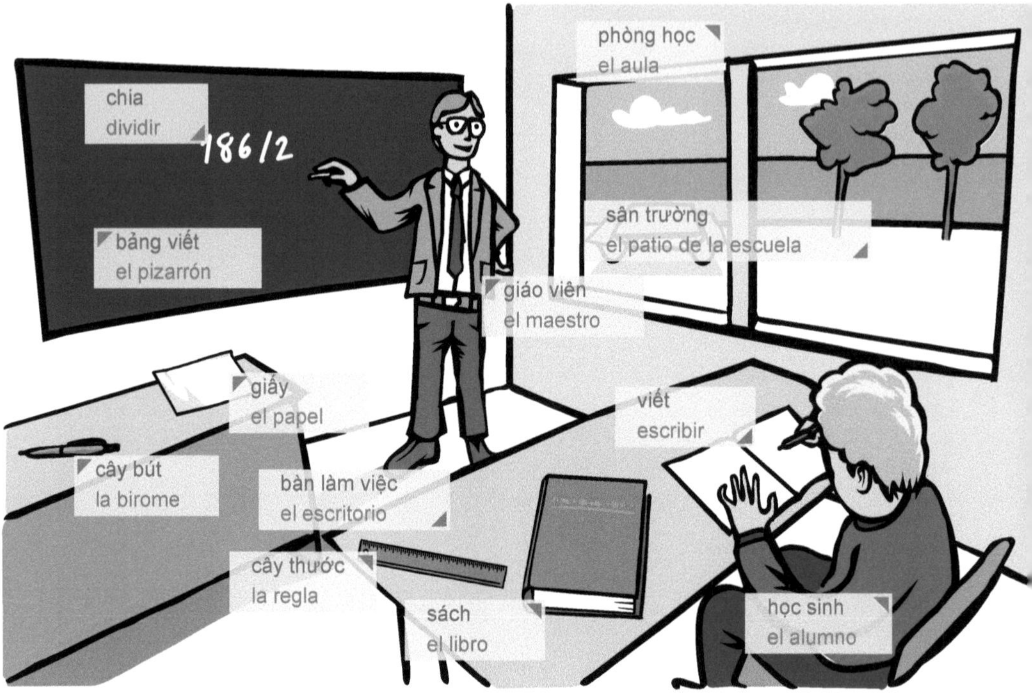
phòng học
el aula
chia
dividir
186/2
bảng viết
el pizarrón
sân trường
el patio de la escuela
giáo viên
el maestro
giấy
el papel
viết
escribir
cây bút
la birome
bàn làm việc
el escritorio
cây thước
la regla
sách
el libro
học sinh
el alumno

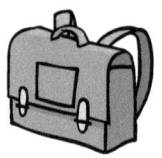

cặp đeo vai học sinh

la mochila

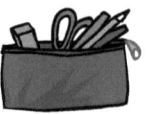

hộp đựng bút

la caja de lápices

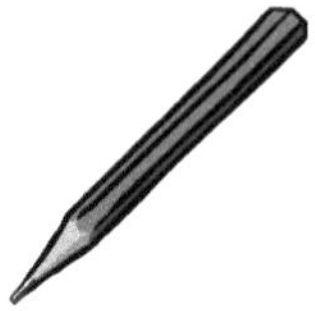

bút chì

el lápiz

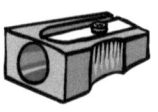

cái gọt bút chì

el sacapuntas

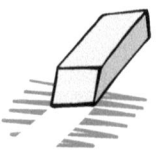

cục tẩy

la goma (de borrar)

tập giấy vẽ

el bloc de dibujo

bản vẽ
el dibujo

cọ vẽ
el pincel

hộp mực vẽ
la caja de pinturas

cây kéo
la tijera

keo dán
el pegamento

sách bài tập
el cuaderno de ejercicios

bài tập ở nhà
la tarea

số
el número

cộng
sumar

trừ
restar

nhân
multiplicar

tính toán
calcular

chữ cái
la letra

bảng chữ cái
el abecedario

từ
la palabra

văn bản
el texto

đọc
leer

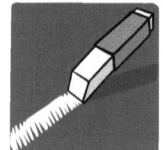

phấn viết
la tiza

bài học
la lección

sổ lớp
el cuaderno de clase

thi kiểm tra
el examen

chứng chỉ
el certificado

đồng phục học sinh
el uniforme escolar

giáo dục
la educación

từ điển bách khoa
la enciclopedia

đại học
la universidad

kính hiển vi
el microscopio

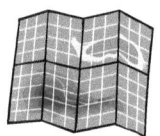

bản đồ
el mapa

thùng rác giấy
el tacho (de basura)

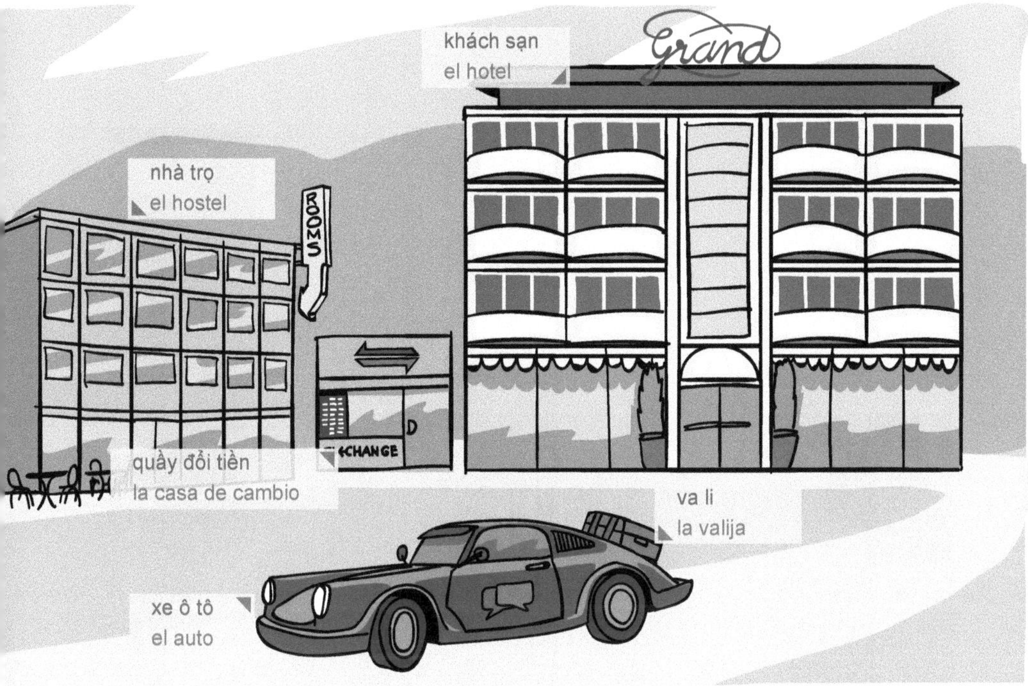

khách sạn
el hotel
Grand
nhà trọ
el hostel
ROOMS
quầy đổi tiền
la casa de cambio
EXCHANGE
va li
la valija
xe ô tô
el auto

ngôn ngữ

el idioma

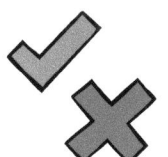

có / không

sí / no

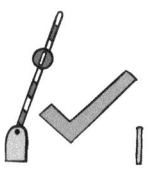

ô kê

Está bien

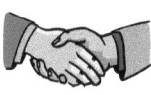

Xin chào

hola

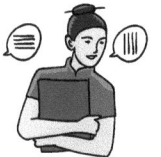

thông dịch viên

el traductor

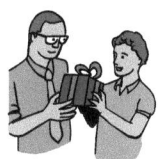

cám ơn

Gracias

... bao nhiêu tiều?

¿cuánto cuesta...?

tôi không hiểu

No entiendo

vấn đề

el problema

Xin chào! (buổi tối)

¡Buenas tardes!

xin chào! (buổi sáng)

¡Buenos días!

chúc ngủ ngon!

¡Buenas noches!

tạm biệt

el adiós

hướng đi

la dirección

hành lý

el equipaje

túi xách

el bolso

túi ba lô

la mochila

khách

el invitado

phòng

la habitación

túi ngủ

la bolsa de dormir

lều

la carpa

thông tin du lịch

la información turística

bãi biển

la playa

thẻ tín dụng

la tarjeta de crédito

ăn sáng

el desayuno

ăn trưa

el almuerzo

ăn tối

la cena

vé xe

el pasaje

thang máy

el ascensor

tem bưu điện

el sello

biên giới

la frontera

hải quan

la aduana

đại sứ quán

la embajada

thị thực

la visa

hộ chiếu

el pasaporte

vận chuyển

el transporte

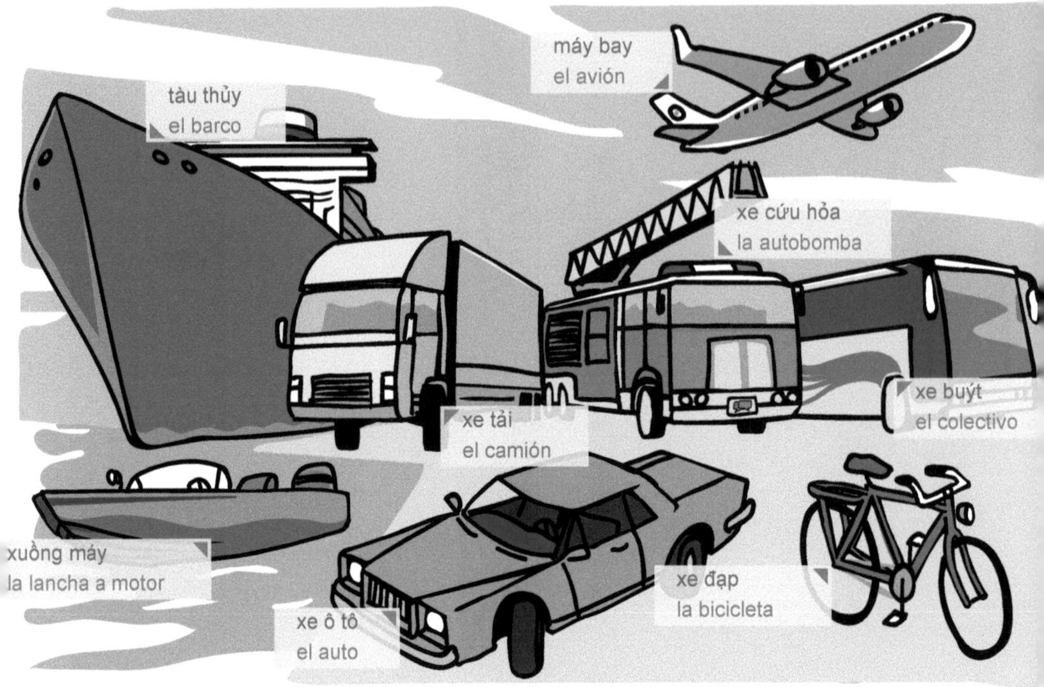
máy bay
el avión
tàu thủy
el barco
xe cứu hỏa
la autobomba
xe buýt
el colectivo
xe tải
el camión
xuồng máy
la lancha a motor
xe đạp
la bicicleta
xe ô tô
el auto

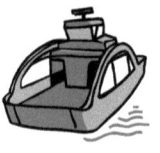

phà

el ferry

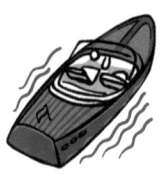

xuồng

el bote

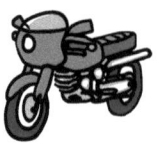

xe máy

la moto

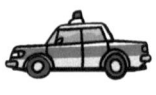

xe cảnh sát

el patrullero

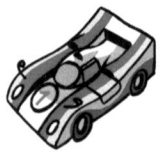

xe đua

el auto de carreras

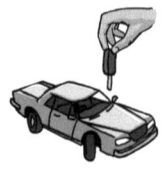

xe cho thuê

el auto de alquiler

dịch vụ thuê xe tự lái

el alquiler de autos

xe kéo cứu hộ

la grúa

xe rác

el camión de la basura

động cơ

el motor

xăng

la nafta

trạm xăng

la estación de servicio

biển báo giao thông

la señal de tránsito

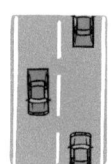

giao thông

el tránsito

ách tắc giao thông

el embotellamiento

bãi đậu xe

el estacionamiento

nhà ga

la estación de tren

đường ray

las vías

xe lửa

el tren

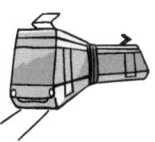

tàu điện

el tranvía

toa xe

el vagón

máy bay trực thăng

el helicóptero

sân bay

el aeropuerto

tháp

la torre

hành khách

el pasajero

côngtenơ

el contenedor

thùng các-tông

la caja de cartón

xe đẩy

la carretilla

cái giỏ

la canasta

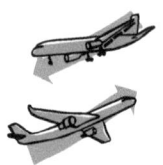

cất cánh / hạ cánh

despegar / aterrizar

thành phố
la ciudad

làng

el pueblo

trung tâm thành phố

el centro de la ciudad

nhà

la casa

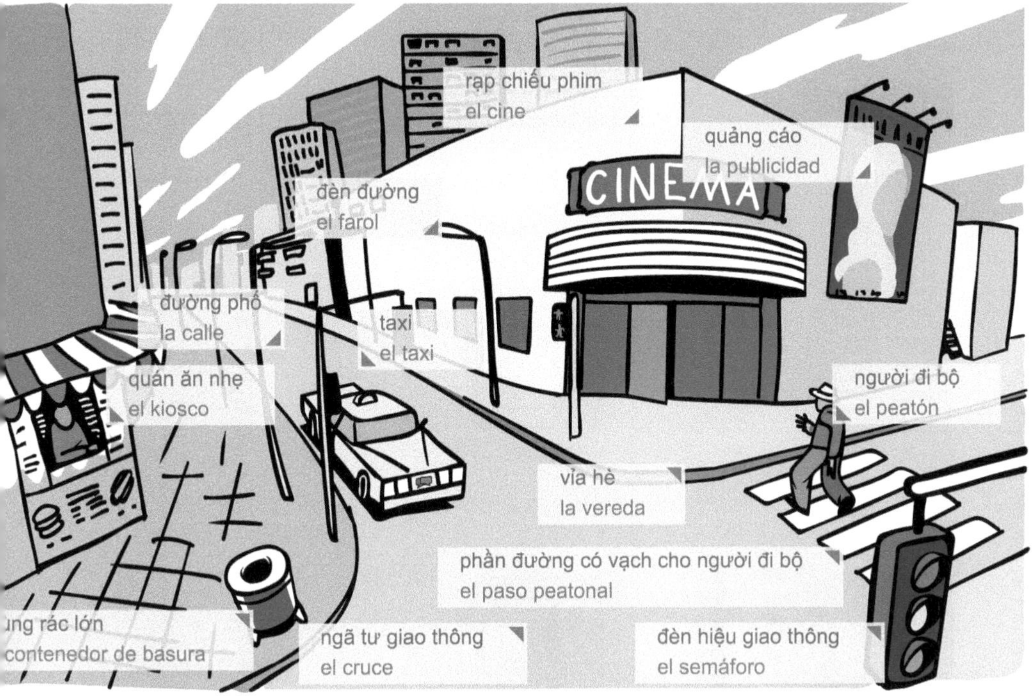
rạp chiếu phim
el cine
quảng cáo
la publicidad
CINEMA
đèn đường
el farol
đường phố
la calle
taxi
el taxi
quán ăn nhẹ
el kiosco
người đi bộ
el peatón
vỉa hè
la vereda
phần đường có vạch cho người đi bộ
el paso peatonal
ng rác lớn
contenedor de basura
ngã tư giao thông
el cruce
đèn hiệu giao thông
el semáforo

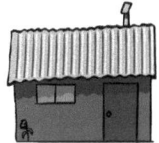

nhà chòi

la cabaña

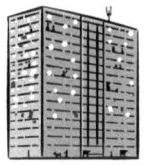

căn hộ

el departamento

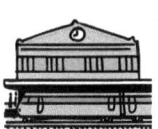

nhà ga

la estación de tren

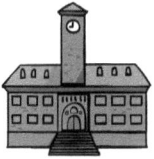

tòa thị chính

la municipalidad

MUSEUM

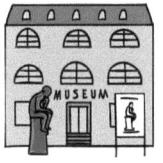

viện bảo tàng

el museo

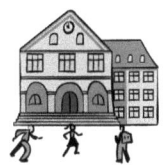

trường học

el colegio

đại học

la universidad

ngân hàng

el banco

bệnh viện

el hospital

khách sạn

el hotel

hiệu thuốc

la farmacia

văn phòng

la oficina

hiệu sách

la librería

cửa hiệu

el negocio

cửa hiệu bán hoa

la florería

siêu thị

el supermercado

chợ

el mercado

cửa hàng bách hóa

las grandes tiendas

người bán cá

la pescadería

trung tâm mua bán

el centro comercial

bến cảng

el puerto

công viên

el parque

ghế băng

el banco

cầu

el puente

cầu thang

las escaleras

tàu điện ngầm

el subte

đường hầm

el túnel

trạm xe buýt

la parada del colectivo

quán bar

el bar

khách sạn

el restaurante

hòm thư công cộng

el buzón

bảng hiệu đường

el letrero

đồng hồ đậu xe

el parquímetro

vườn bách thú

el zoológico

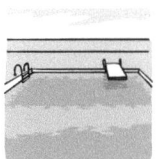

bể bơi

la pileta

nhà thờ Hồi giáo

la mezquita

nông trại

la granja

ô nhiễm môi trường

la contaminación

nghĩa trang

el cementerio

nhà thờ

la iglesia

sân chơi

los juegos infantiles

ngôi đền

el templo

phong cảnh
el paisaje

lá cây
la hoja

bảng chỉ đường
el poste indicador

lối đi
el camino

bãi cỏ
la pradera

hòn đá
la piedra

cây
el árbol

người đi bộ đường dài
el excursionista

sông
el río

cỏ
la hierba

bông hoa
la flor

thung lũng

el valle

đồi

la montaña

hồ nước

el lago

rừng

el bosque

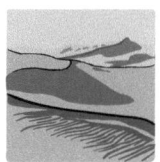

sa mạc

el desierto

núi lửa

el volcán

lâu đài

el castillo

cầu vồng

el arco iris

nấm

el champiñón

cây cọ

la palmera

con muỗi

el mosquito

con ruồi

la mosca

con kiến

la hormiga

con ong

la abeja

con nhện

la araña

phong cảnh - el paisaje

bọ cánh cứng

el escarabajo

con ếch

la rana

con sóc

la ardilla

con nhím

el erizo

con thỏ

la liebre

con cú

la lechuza

con chim

el pájaro

thiên nga

el cisne

heo rừng

el jabalí

con hươu

el ciervo

nai sừng tấm

el alce

đê

la presa

tuabin gió

el aerogenerador

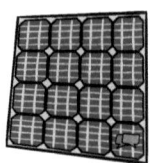

tấm năng lượng mặt trời

el panel solar

khí hậu

el clima

khách sạn

el restaurante

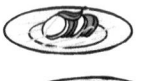

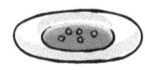

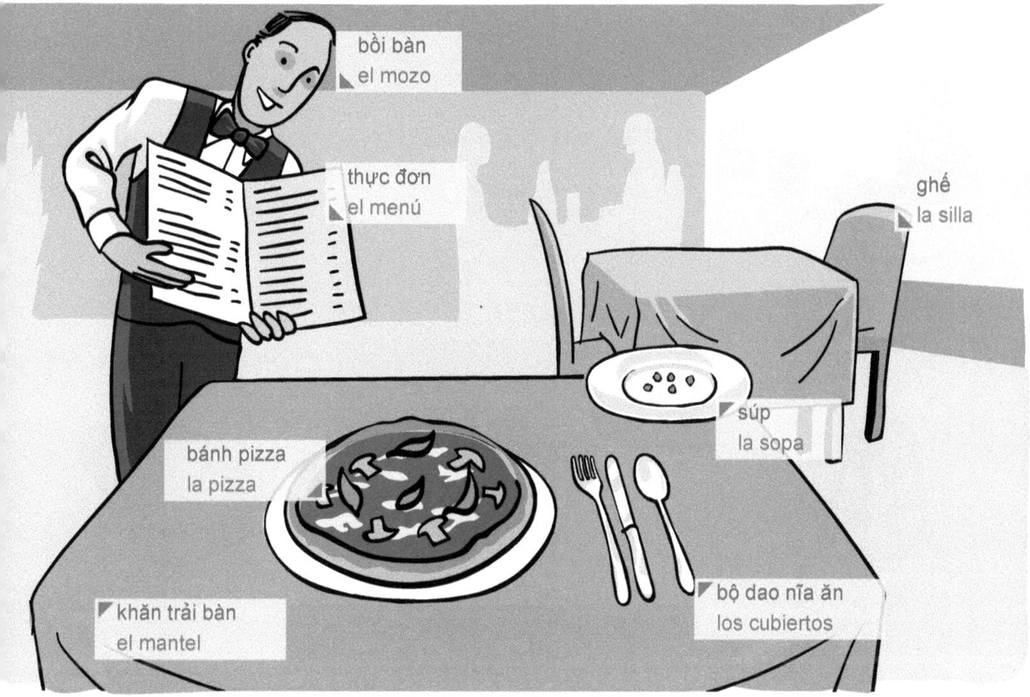
bồi bàn
el mozo
thực đơn
el menú
ghế
la silla
súp
la sopa
bánh pizza
la pizza
bộ dao nĩa ăn
los cubiertos
khăn trải bàn
el mantel

món ăn khai vị

la entrada

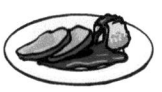

món ăn chính

el plato principal

món tráng miệng

el postre

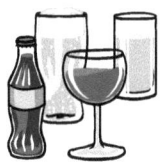

thức uống

las bebidas

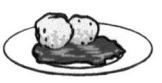

thức ăn

la comida

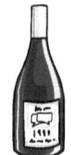

cái chai

la botella

thức ăn nhanh

la comida rápida

thức ăn đường phố

la comida callejera

ấm trà

la tetera

hộp đường

la azucarera

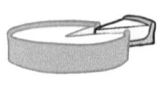

khẩu phần

la porción

máy pha espresso

la cafetera expreso

ghế cao

la sillita alta

hóa đơn

la cuenta

khay

la bandeja

dao

el cuchillo

nĩa

el tenedor

thìa

la cuchara

thìa uống trà

la cucharita

khăn ăn

la servilleta

cốc thủy tinh

el vaso

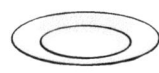

đĩa
el plato

đĩa súp
el plato hondo

đĩa lót cốc
el plato

nước sốt
la salsa

lọ muối
el salero

cái xay tiêu
el molinillo de pimienta

giấm
el vinagre

dầu
el aceite

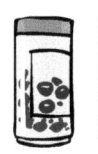

gia vị
las especias

nước xốt cà chua
el kétchup

tương hạt cải
la mostaza

nước sốt mayonnaise
la mayonesa

siêu thị

el supermercado

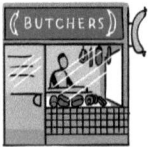

chào giá đặc biệt
la oferta especial
FOR
khách hàng
el cliente
sản phẩm từ sữa
los lácteos
trái cây
la fruta
xe đẩy mua sắm
el changuito

BUTCHERS

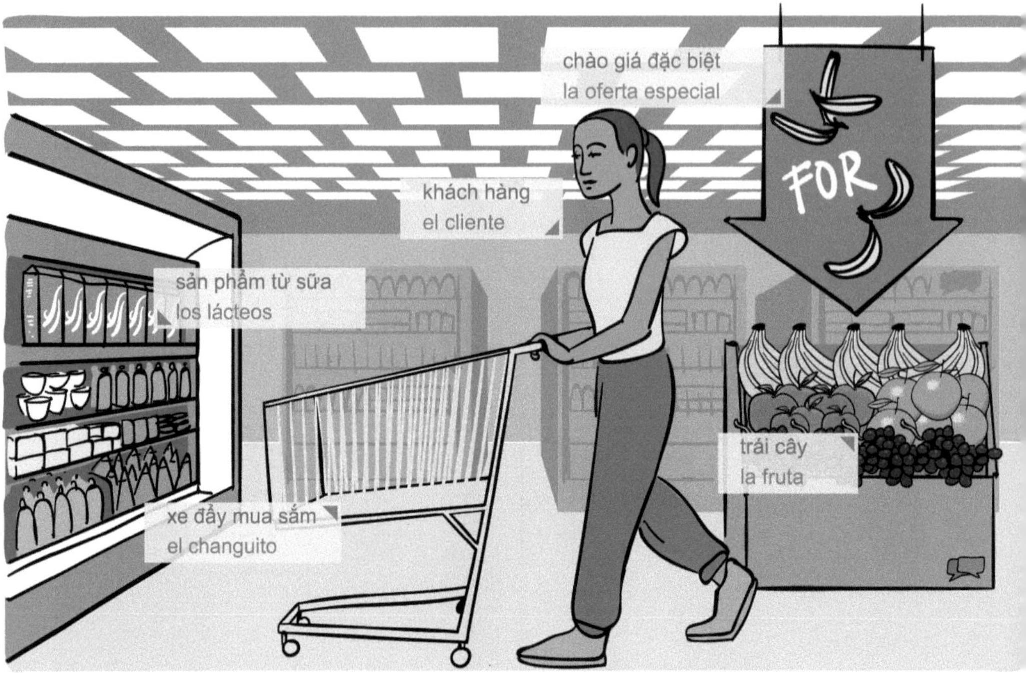

lò mổ

la carnicería

BAKERY

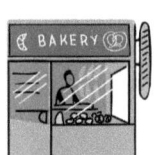

cửa hiệu bán bánh mì

la panadería

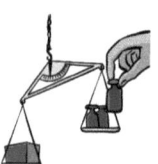

cân nặng

pesar

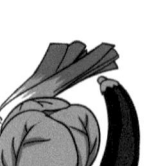

rau quả

las verduras

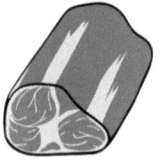

thịt

la carne

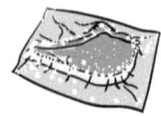

thức ăn đông lạnh

los alimentos congelados

lát thịt nguội

los fiambres

đồ hộp

los alimentos enlatados

bột giặt

el detergente en polvo

đồ ngọt

las golosinas

sản phẩm dùng trong gia đình

los electrodomésticos

chất tẩy rửa

los productos de limpieza

người bán hàng

la vendedora

quầy trả tiền

la caja

nhân viên thu ngân

el cajero

danh sách mua sắm

la lista de compras

giờ mở cửa

el horario de atención

ví tiền

la billetera

thẻ tín dụng

la tarjeta de crédito

túi đeo

la cartera

túi ny lông

la bolsa de plástico

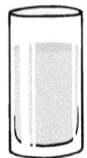

nước

el agua

nước quả ép

el jugo

sữa

la leche

coca-cola

la bebida cola

rượu vang

el vino

bia

la cerveza

cồn

el alcohol

cacao

el cacao

trà

el té

cà phê

el café

espresso

el café expreso

cappuccino

el cappuccino

chuối

la banana

quả táo

la manzana

quả cam

la naranja

dưa hấu

el melón

chanh

el limón

cà rốt

la zanahoria

tỏi

el ajo

tre

el bambú

củ hành

la cebolla

nấm

el champiñón

hạt dẻ

las nueces

mì

los fideos

mì spaghetti

los tallarines

cơm

el arroz

xà lách

la ensalada

khoai tây chiên

las papas fritas

khoai tây chiên

las papas fritas

bánh pizza

la pizza

bánh hamburger

la hamburguesa

bánh mì sandwich

el sándwich

thịt côtlet

el churrasco

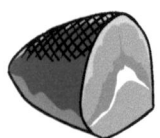

thịt giăm bông

el jamón

xúc xích

el salame

dồi

la salchicha

gà

el pollo

rán

el asado

cá

el pescado

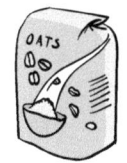

cháo yến mạch

los copos de avena

cháo muesli

el muesli

bánh bột ngô nướng

los copos de maíz

bột mì

la harina

bánh sừng bò

la medialuna

bánh mì

el pancito

bánh mì

el pan

bánh mì nướng

la tostada

bánh bích quy

las galletitas

bơ

la manteca

sữa đông

la cuajada

bánh ngọt

la torta

trứng

el huevo

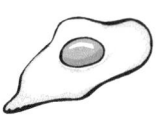

trứng rán

el huevo frito

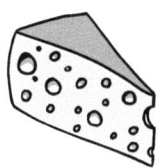

pho mát

el queso

kem

el helado

đường

el azúcar

mật ong

la miel

mứt

la mermelada

kem nougat

la pasta de chocolate

cà ri

el curry

thức ăn - la comida

nông trại
la granja

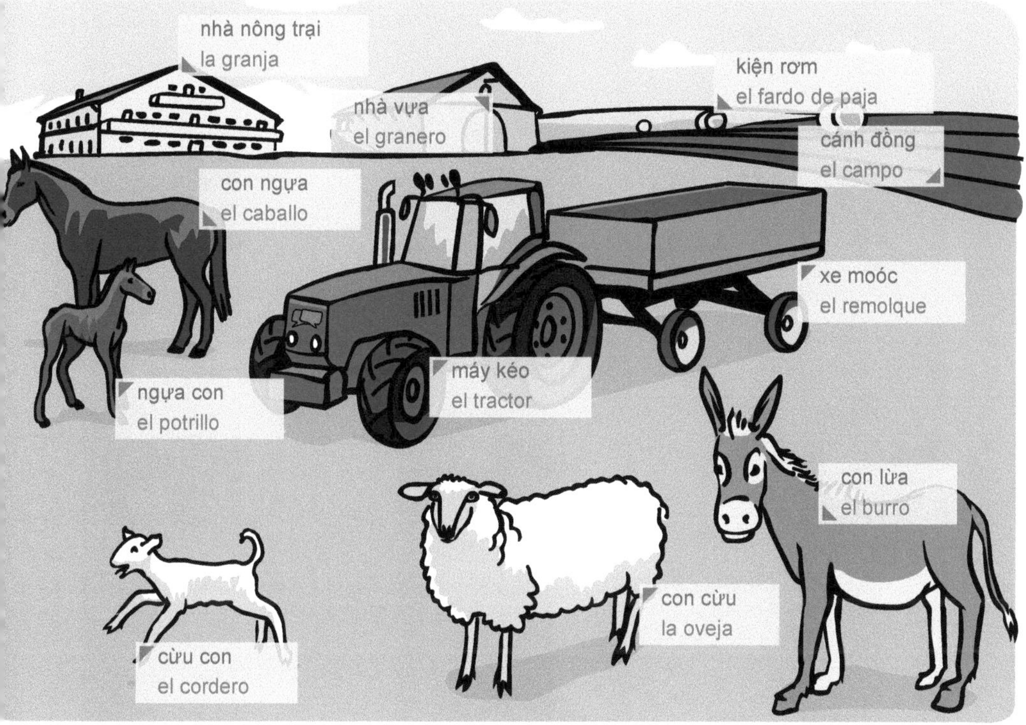
nhà nông trại
la granja
nhà vựa
el granero
kiện rơm
el fardo de paja
cánh đồng
el campo
con ngựa
el caballo
xe moóc
el remolque
máy kéo
el tractor
ngựa con
el potrillo
con lừa
el burro
con cừu
la oveja
cừu con
el cordero

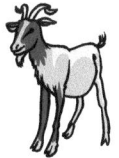

con dê
la cabra

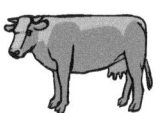

con bò
la vaca

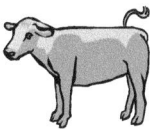

con bê
el ternero

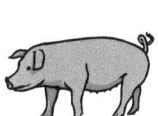

con lợn
el cerdo

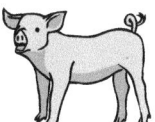

lợn con
el lechón

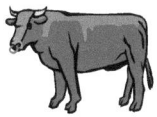

bò đực
el toro

con ngỗng

el ganso

con vịt

el pato

gà con

el pollo

gà mái

la gallina

gà trống

el gallo

con chuột

la rata

mèo

el gato

chuột nhắt

el ratón

bò đực

el buey

con chó

el perro

nhà chuồng chó

la cucha

ống tưới vườn cây

la manguera

thùng tưới cây

la regadera

lưỡi hái

la guadaña

cái cày

el arado

cái liềm

la hoz

cái cuốc

la azada

cái chĩa

la horquilla

cái rìu

el hacha

xe cút kít

la carretilla

máng ăn

el abrevadero

lọ sữa

la lechera

bao tải

la bolsa

hàng rào

la reja

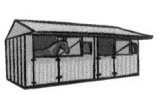

chuồng

el establo

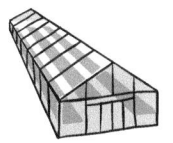

nhà kính trồng cây

el invernadero

đất trồng

el suelo

hạt giống

la semilla

phân bón

el fertilizador

máy gặt đập liên hợp

la cosechadora

thu hoạch

cosechar

mùa thu hoạch

la cosecha

khoai lang

las batatas

lúa mì

el trigo

đậu nành

la soja

khoai tây

la papa

ngô

el maíz

hạt cải dầu

la semilla de colza

cây ăn trái

el árbol frutal

sắn

la mandioca

ngũ cốc

los cereales

nhà
la casa

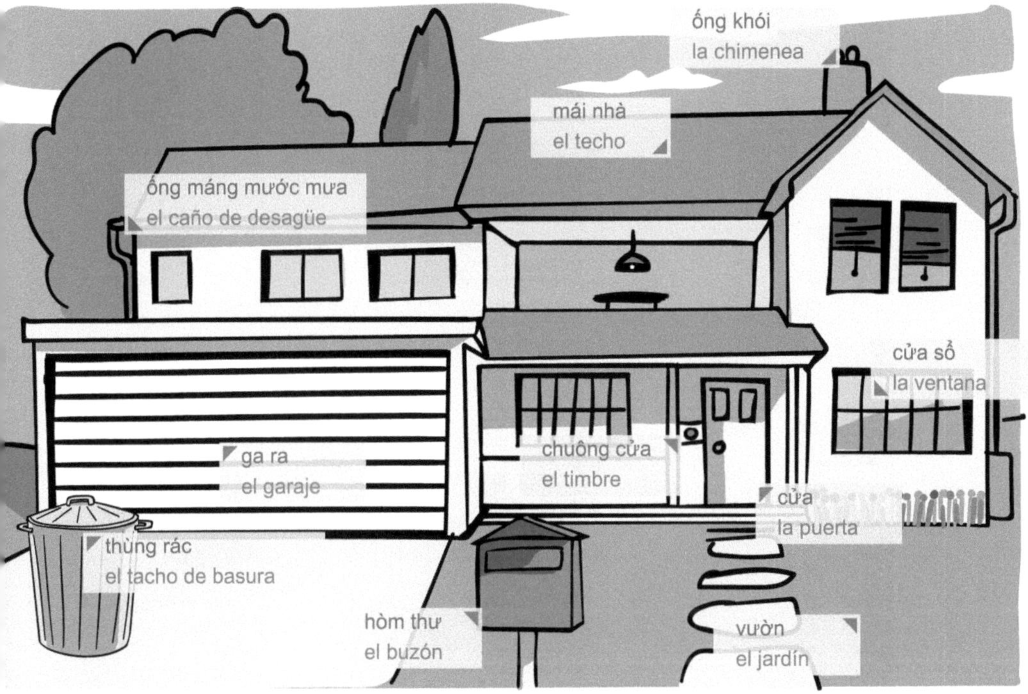

ống khói
la chimenea
mái nhà
el techo
ống máng mước mưa
el caño de desagüe
cửa sổ
la ventana
ga ra
el garaje
chuông cửa
el timbre
cửa
la puerta
thùng rác
el tacho de basura
hòm thư
el buzón
vườn
el jardín

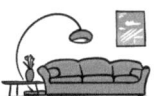

phòng khách

el living

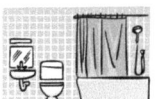

phòng tắm

el baño

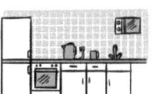

bếp

la cocina

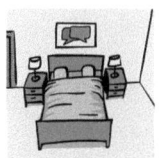

phòng ngủ

el dormitorio

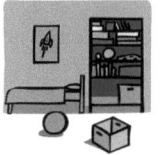

phòng trẻ em

el cuarto de los chicos

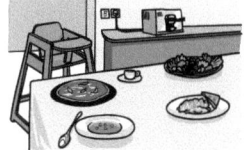

phòng ăn

el comedor

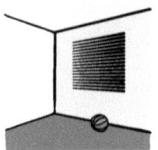

nền nhà

el piso

tường

la pared

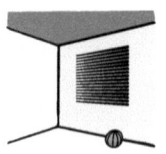

trần nhà

el cielorraso

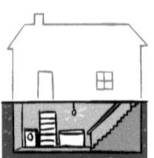

tầng hầm

el sótano

tắm hơi

el sauna

ban công

el balcón

sân hiên

la terraza

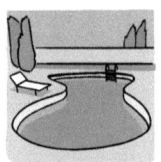

bể bơi

la pileta

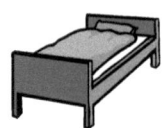

máy cắt cỏ

la cortadora de pasto

khăn trải giường

la sábana

khăn trải giường

el acolchado

giường

la cama

chổi

la escoba

cái xô

el balde

công tắc điện

el interruptor

phòng khách
el living

giấy dán tường
el empapelado
hình ảnh
la imagen
đèn
la lámpara
cái kệ
el estante
tủ
el armario
ti vi
la televisión
lò sưởi
la chimenea
bông hoa
la flor
gối
el almohadón
ghế sofa
el sofá
bình hoa
el florero
điều khiển từ xa
el control remoto

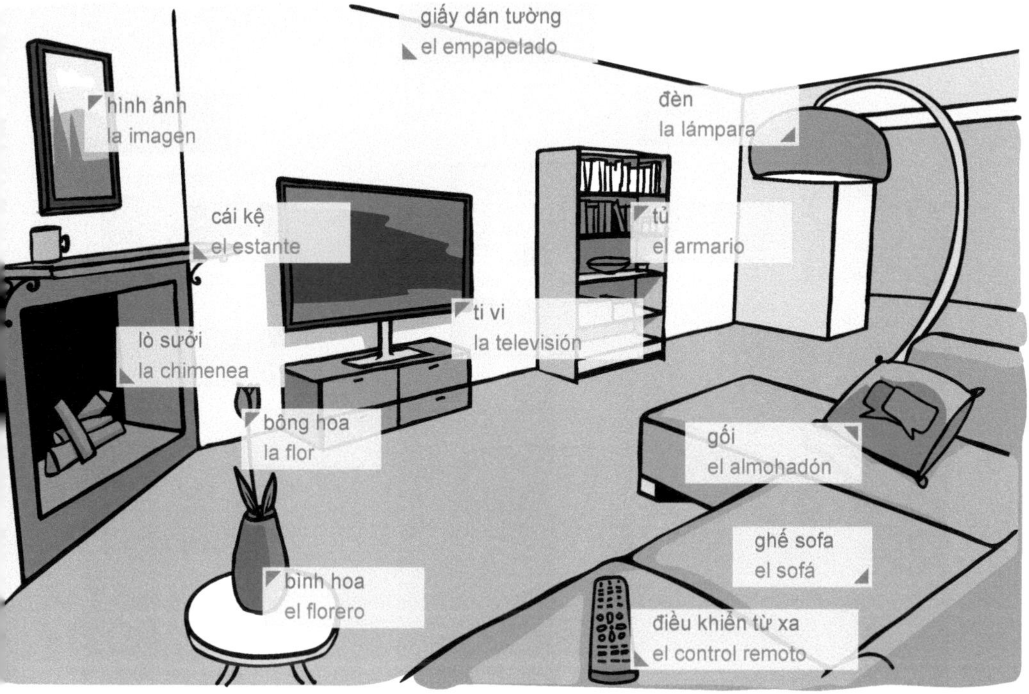

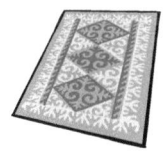

thảm
la alfombra

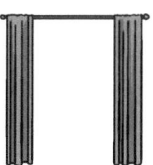

rèm
la cortina

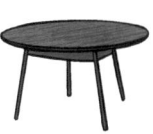

cái bàn
la mesa

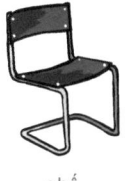

ghế
la silla

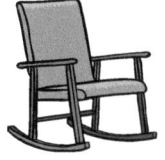

ghế bập bênh
la mecedora

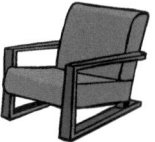

ghế bành
el sillón

sách

el libro

cái chăn

la frazada

đồ trang trí

la decoración

củi

la leña

phim

la película

máy hi-fi

el equipo de música

chìa khóa

la llave

báo

el diario

bức tranh

la pintura

áp phích

el póster

radio

la radio

sổ ghi chép

el cuaderno

máy hút bụi

la aspiradora

cây xương rồng

el cactus

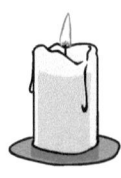

cây nến

la vela

bếp
la cocina

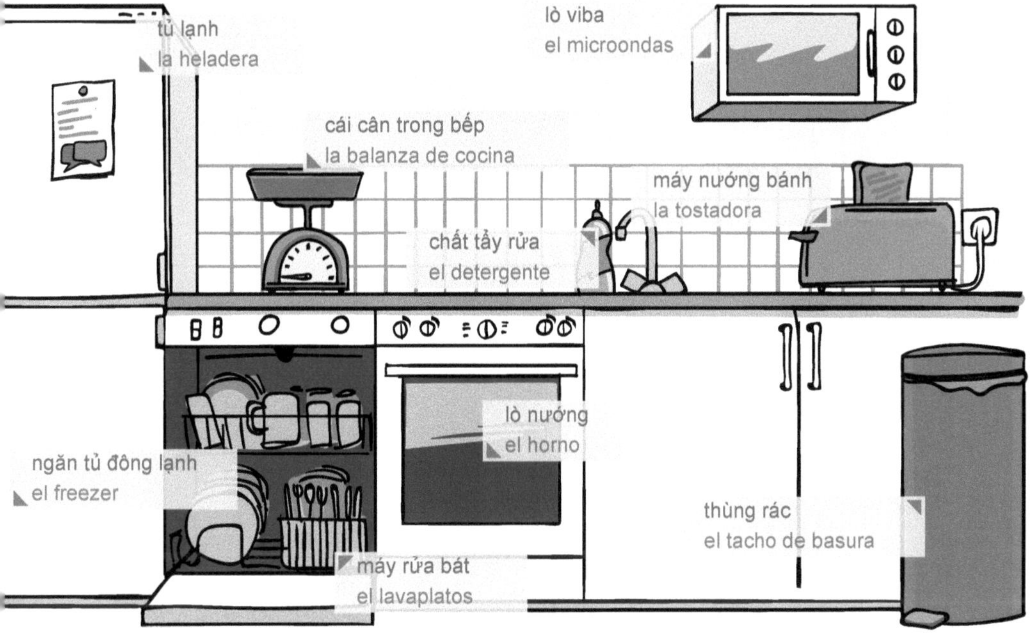

tủ lạnh
la heladera
lò viba
el microondas
cái cân trong bếp
la balanza de cocina
máy nướng bánh
la tostadora
chất tẩy rửa
el detergente
lò nướng
el horno
ngăn tủ đông lạnh
el freezer
thùng rác
el tacho de basura
máy rửa bát
el lavaplatos

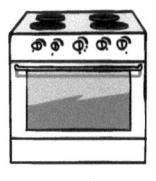

lò nấu

la cocina

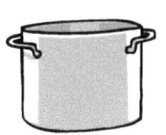

nồi

la olla

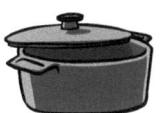

nồi sắt

la olla de hierro fundido

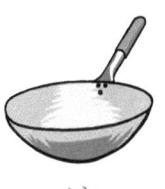

chảo

el wok

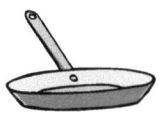

chảo

la sartén

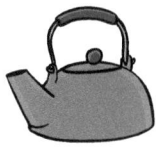

ấm đun nước

la pava

nồi đun hơi

la vaporera

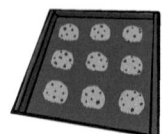

khay lò nướng

la bandeja de horno

bát đĩa

la vajilla

cốc

la taza

cái bát

el bol

đũa

los palitos

cái vá

el cucharón

bàn xẻng

la espátula

que đánh kem

la batidora

rây dùng trong bếp

el colador

cái rây lọc

el colador

cái nạo

el rallador

vữa

el mortero

vỉ nướng

la parrilla

ngọn lửa trần

la fogata

bếp - la cocina

cái thớt
la tabla de picar

trục cán bột
el palo de amasar

cái mở nút chai
el sacacorchos

vỏ đồ hộp
la lata

cái mở vỏ đồ hộp
el abrelatas

miếng nhấc nồi
la manopla

bồn rửa bát
la pileta

bàn chải
el cepillo

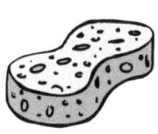

miếng xốp
la esponja

máy xay
la batidora

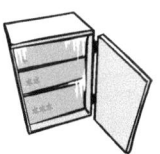

tủ đông lạnh
el congelador

bình sữa cho trẻ sơ sinh
la mamadera

vòi nước
la canilla

phòng tắm

el baño

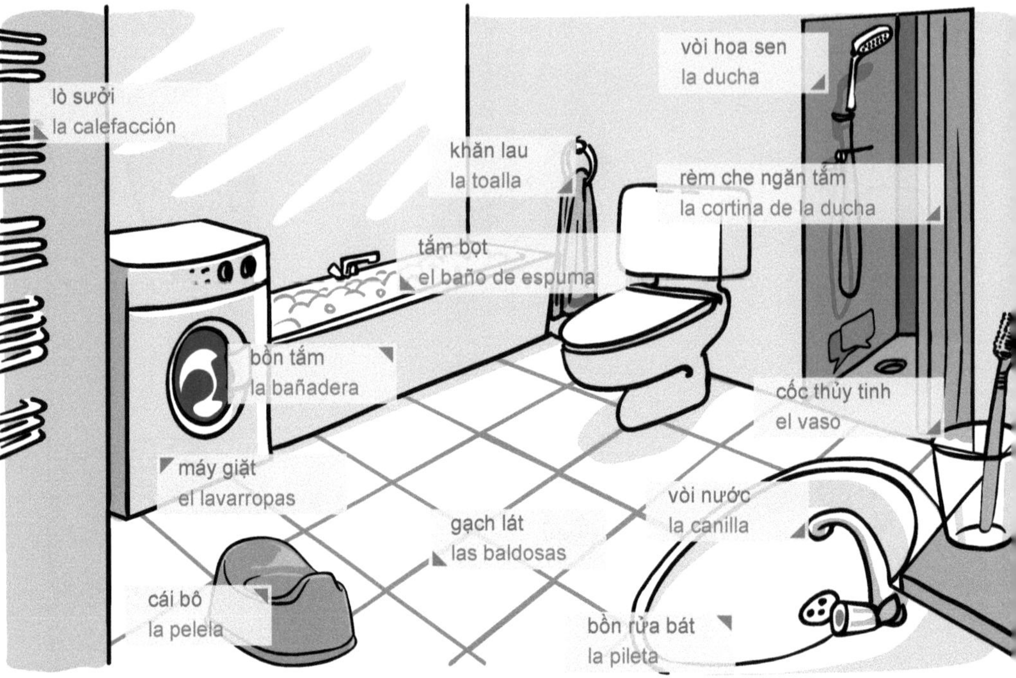

lò sưởi
la calefacción
khăn lau
la toalla
vòi hoa sen
la ducha
rèm che ngăn tắm
la cortina de la ducha
tắm bọt
el baño de espuma
bồn tắm
la bañadera
cốc thủy tinh
el vaso
máy giặt
el lavarropas
vòi nước
la canilla
gạch lát
las baldosas
cái bô
la pelela
bồn rửa bát
la pileta

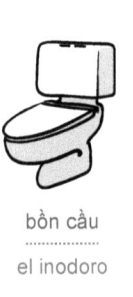

bồn cầu

el inodoro

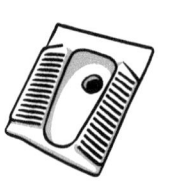

bồn cầu ngồi xổm

la letrina

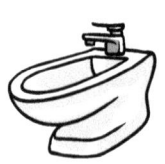

bồn rửa hậu môn

el bidé

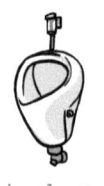

bồn tiểu tiện

el mingitorio

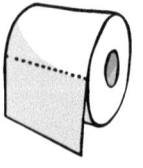

giấy vệ sinh

el papel higiénico

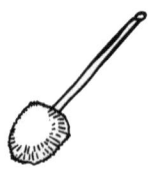

bàn chải cọ bồn cầu

el cepillo para el inodoro

bàn chải đánh răng

el cepillo de dientes

kem đánh răng

el dentífrico

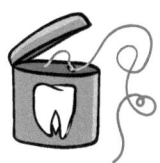

chỉ nha khoa

el hilo dental

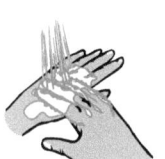

rửa

lavar

vòi sen cầm tay

la ducha de mano

vòi rửa hậu môn

la ducha higiénica

bồn rửa

la palangana

bàn chải cọ lưng

el cepillo para la espalda

xà phòng

el jabón

sữa tắm

el gel de ducha

dầu gội

el shampoo

khăn cọ để tắm

la toallita

lỗ thoát nước

el desagüe

kem

la crema

chất khử mùi

el desodorante

gương

el espejo

gương tay

el espejito

dao cạo râu

la maquinita de afeitar

kem cạo râu

la espuma de afeitar

nước thơm dùng sau khi cạo râu

el aftershave

cái lược

el peine

bàn chải

el cepillo

máy xấy tóc

el secador de pelo

keo xịt tóc

el spray

đồ trang điểm

el maquillaje

thỏi son môi

el lápiz de labios

sơn bôi móng

el esmalte para uñas

bông

el algodón

kéo cắt móng

la tijera para uñas

nước hoa

el perfume

phòng tắm - el baño

túi đựng đồ tắm

el portacosméticos

ghế đẩu

la banqueta

cái cân

la balanza

áo choàng tắm

la bata

găng tay làm vệ sinh

los guantes de goma

nút gạc

el tampón

băng vệ sinh

la toallita femenina

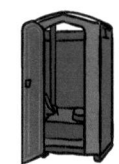

nhà vệ sinh hóa chất

el baño químico

phòng trẻ em
el cuarto de los chicos

đồng hồ báo thức
el despertador
thú bông
el peluche
xe đồ chơi
el coche de juguete
cái lúc lắc
el sonajero
nhà búp bê
la casa de muñecas
món quà
el regalo

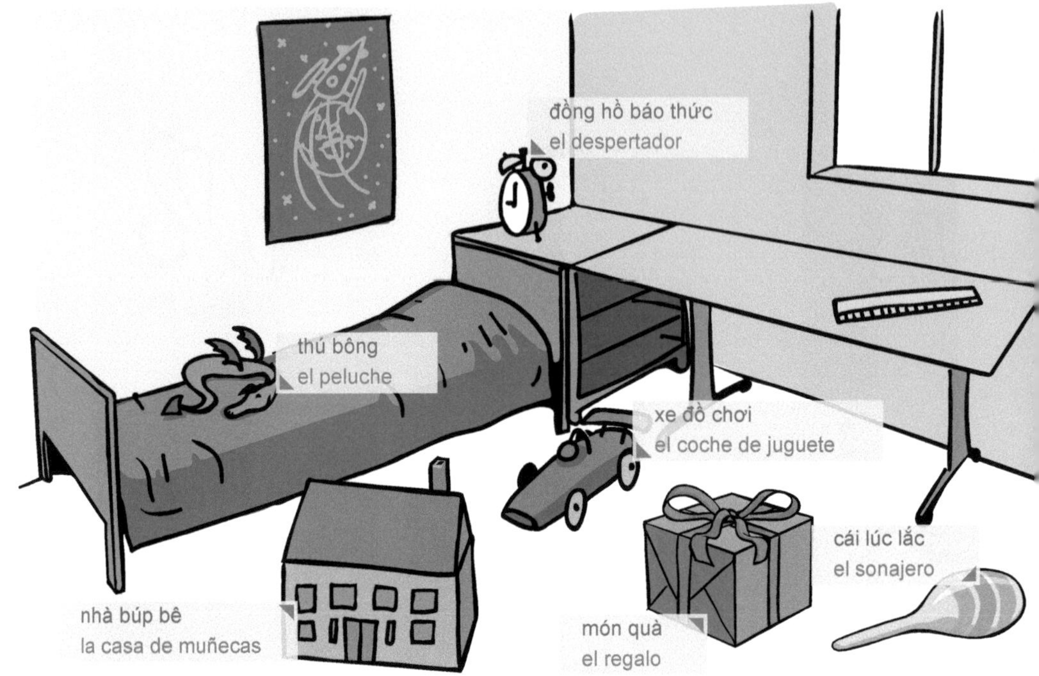

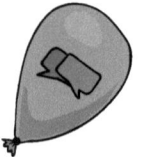

bong bóng

el globo

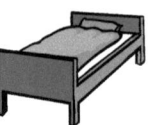

giường

la cama

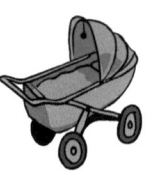

xe nôi

el cochecito

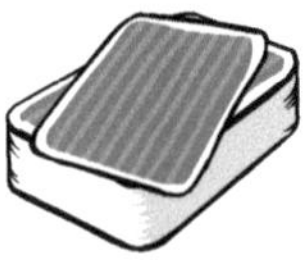

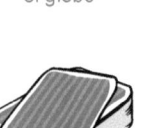

trò chơi bài

las cartas

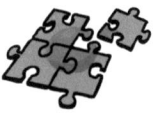

trò chơi ghép hình

el rompecabezas

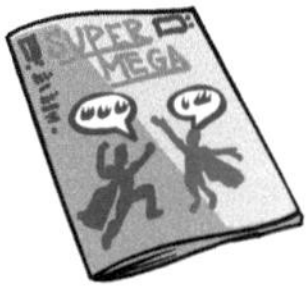

truyện tranh

la historieta

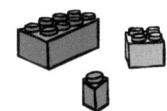

gạch Lego

las piezas de lego

khối xếp hình

los ladrillos de juguete

nhân vật hành động

la figura de acción

áo liền quần cho trẻ sơ sinh

el enterito (de bebé)

đĩa nhựa để ném

el frisbee

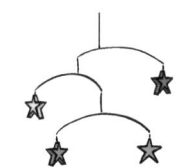

đồ chơi treo trên giường

el móvil para bebés

trò chơi cờ bàn

el juego de mesa

xúc xắc

los dados

đồ chơi xe lửa mô hình

el tren eléctrico

ti giả

el chupete

buổi tiệc

la fiesta

sách tranh

el libro de cuentos ilustrado

quả bóng

la pelota

búp bê

la muñeca

chơi

jugar

hố cát

el arenero

cái đu

la hamaca

đồ chơi

los juguetes

máy chơi game cầm tay

la consola de videojuegos

xe ba bánh

el triciclo

gấu bông

el osito de peluche

tủ quần áo

el armario

y phục

la ropa

bít tất

las medias

bít tất dài

las medias panty

quần tất

las calzas

khăn choàng cổ
la bufanda

ô che mưa
el paraguas

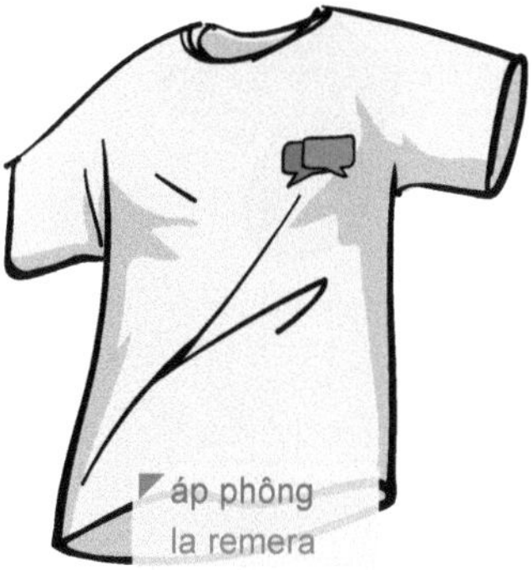

áp phông
la remera

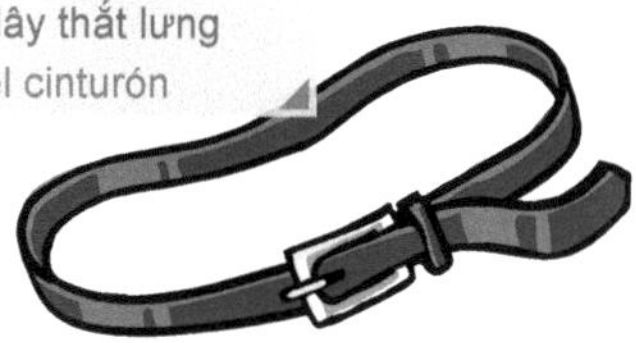

dây thắt lưng
el cinturón

giày sneaker
las zapatillas

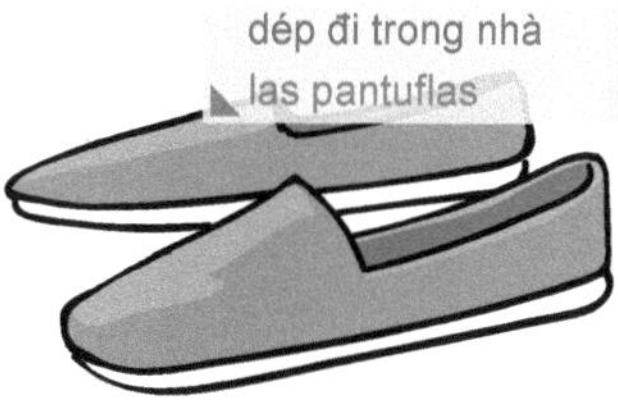

ủng
las botas

dép đi trong nhà
las pantuflas

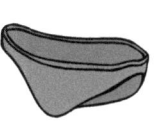

dép xăng đan

las sandalias

giày

los zapatos

ủng cao su

las botas de goma

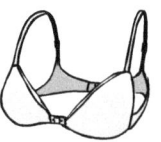

quần lót

la ropa interior

áo ngực

el corpiño

áo vest

el chaleco

áo ôm sát cơ thể
el body

quần dài
los pantalones

quần bò
los jeans

váy
la pollera

áo cánh
la blusa

áo sơ mi
la camisa

áo len chui đầu
el pulóver

áo len
el buzo

áo blazer
el blazer

áo jacket
la campera

áo khoác
el tapado

áo mưa
el piloto

trang phục
el traje

áo váy
el vestido

áo cưới
el vestido de novia

bộ com lê

el traje

áo ngủ

el camisón

pijama

el pijama

trang phục sari

el sari

khăn trùm đầu

el pañuelo para la cabeza

khăn đội đầu

el turbante

áo burka

la burka

áo captan

el caftán

áo aba

la abaya

quần áo bơi

el traje de baño

quần bơi

el short de baño

quần đùi

los shorts

quần áo tracksuit

el jogging

tạp dề

el delantal

găng tay

los guantes

cái cúc

el botón

kính mắt

los anteojos

vòng đeo tay

la pulsera

vòng cổ

el collar

nhẫn

el anillo

hoa tai

el aro

mũ lưỡi trai

la gorra

cái mắc treo áo quần

la percha

mũ

el sombrero

cà vạt

la corbata

dây kéo phéc mơ tuya

el cierre

mũ bảo hiểm

el casco

dây đeo quần

los tiradores

đồng phục học sinh

el uniforme escolar

đồng phục

el uniforme

yếm trẻ em

el babero

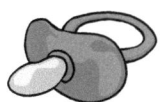

ti giả

el chupete

tã lót

el pañal

văn phòng
la oficina

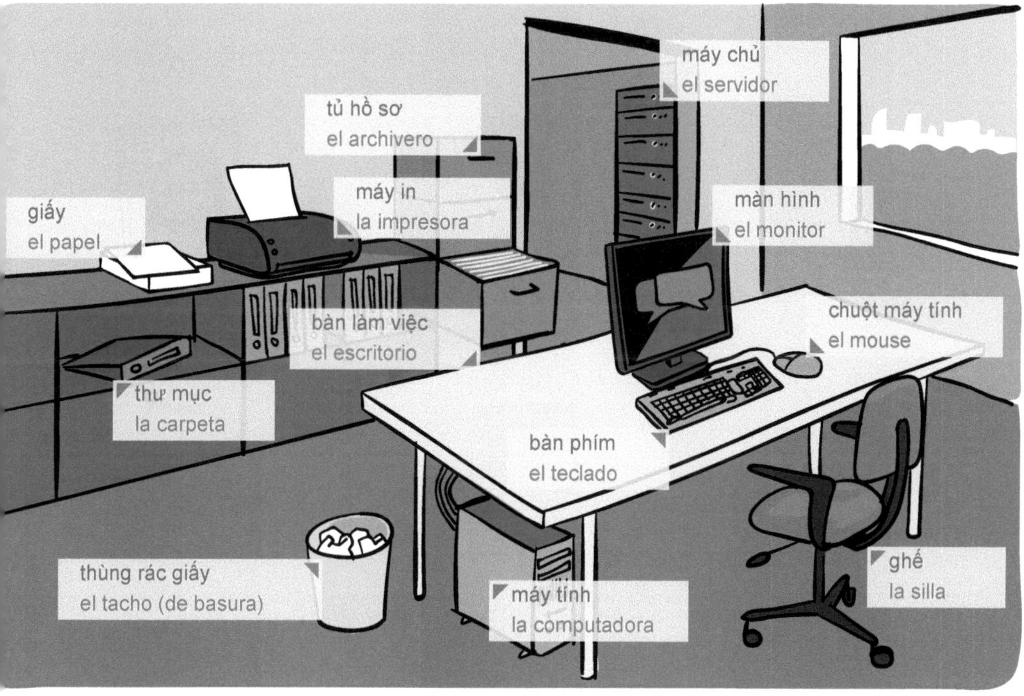

máy chủ
el servidor

tủ hồ sơ
el archivero

máy in
la impresora

màn hình
el monitor

giấy
el papel

chuột máy tính
el mouse

bàn làm việc
el escritorio

thư mục
la carpeta

bàn phím
el teclado

thùng rác giấy
el tacho (de basura)

máy tính
la computadora

ghế
la silla

cốc cà phê

la taza de café

máy tính bỏ túi

la calculadora

internet

el internet

laptop

la laptop

thư

la carta

tin nhắn

el mensaje

điện thoại di động

el celular

mạng

la red

máy photocopy

la fotocopiadora

phần mềm

el software

điện thoại

el teléfono

ổ cắm điện

el tomacorriente

máy fax

el fax

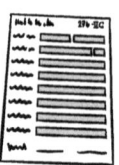

mẫu đơn

el formulario

chứng từ

el documento

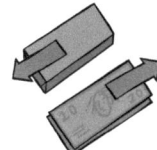

mua
comprar

trả tiền
pagar

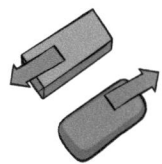

buôn bán
hacer negocios

tiền
el dinero

đô la
el dólar

Euro
el euro

yên
el yen

rúp
el rublo

franc Thụy Sĩ
el franco suizo

nhân dân tệ
el yuan

rupi
la rupia

máy rút tiền tự động
el cajero automático

quầy đổi tiền

la casa de cambio

vàng

el oro

bạc

la plata

dầu

el petróleo

năng lượng

la energía

giá tiền

el precio

hợp đồng

el contrato

thuế

el impuesto

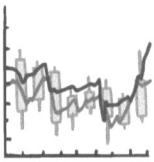

cổ phiếu

la acción

làm việc

trabajar

nhân viên

el empleado

chủ lao động

el empleador

nhà máy

la fábrica

cửa hiệu

el negocio

nghề nghiệp
las ocupaciones

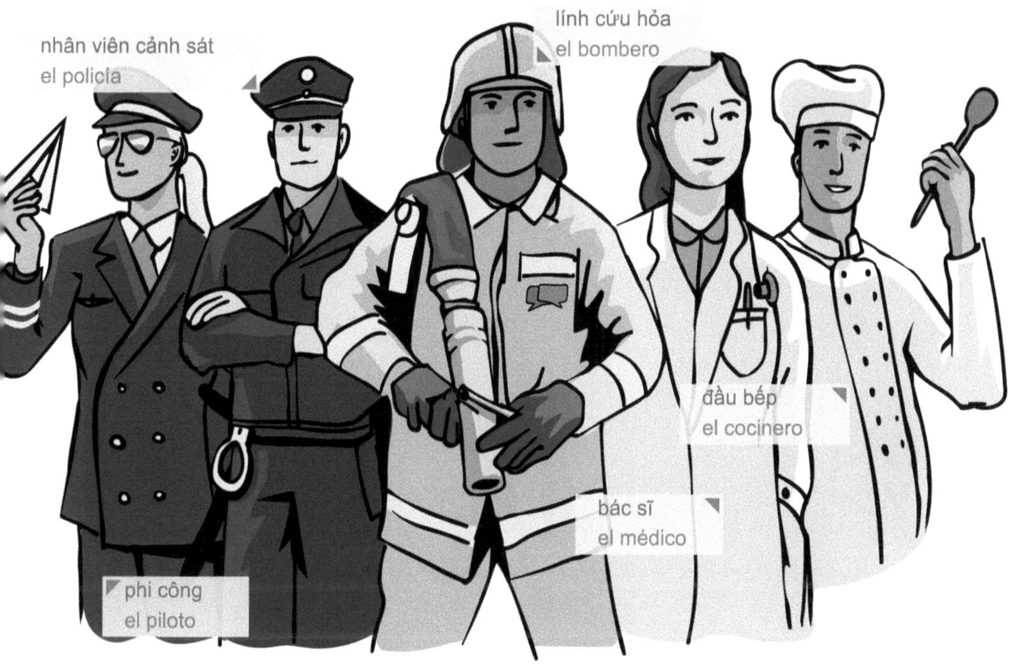
nhân viên cảnh sát
el policía
lính cứu hỏa
el bombero
đầu bếp
el cocinero
bác sĩ
el médico
phi công
el piloto

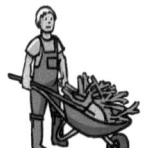

người làm vườn

el jardinero

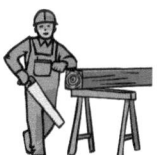

thợ mộc

el carpintero

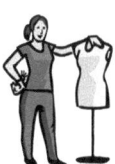

thợ may

la modista

chánh án

el juez

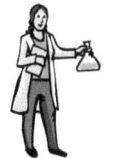

nhà hóa học

el farmacéutico

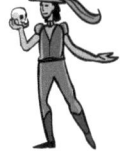

diễn viên

el actor

tài xế xe buýt

el colectivero

người lái taxi

el taxista

ngư dân

el pescador

người lau dọn vệ sinh

la mucama

thợ lợp mái nhà

el techista

bồi bàn

el mozo

thợ săn

el cazador

họa sĩ

el pintor

thợ làm bánh

el panadero

thợ điện

el electricista

thợ xây dựng

el albañil

kỹ sư

el ingeniero

người hàng thịt

el carnicero

thợ sửa ống nước

el plomero

người đưa thư

el cartero

người lính

el soldado

kiến trúc sư

el arquitecto

nhân viên thu ngân

el cajero

người bán hoa

el florista

thợ cắt tóc

el peluquero

nhân viên soát vé

el cobrador

thợ cơ khí

el mecánico

thuyền trưởng

el capitán

nha sĩ

el dentista

nhà khoa học

el científico

giáo sĩ Do thái

el rabino

lãnh tụ Hồi giáo

el imán

nhà sư

el monje

mục sư

el sacerdote

dụng cụ
las herramientas

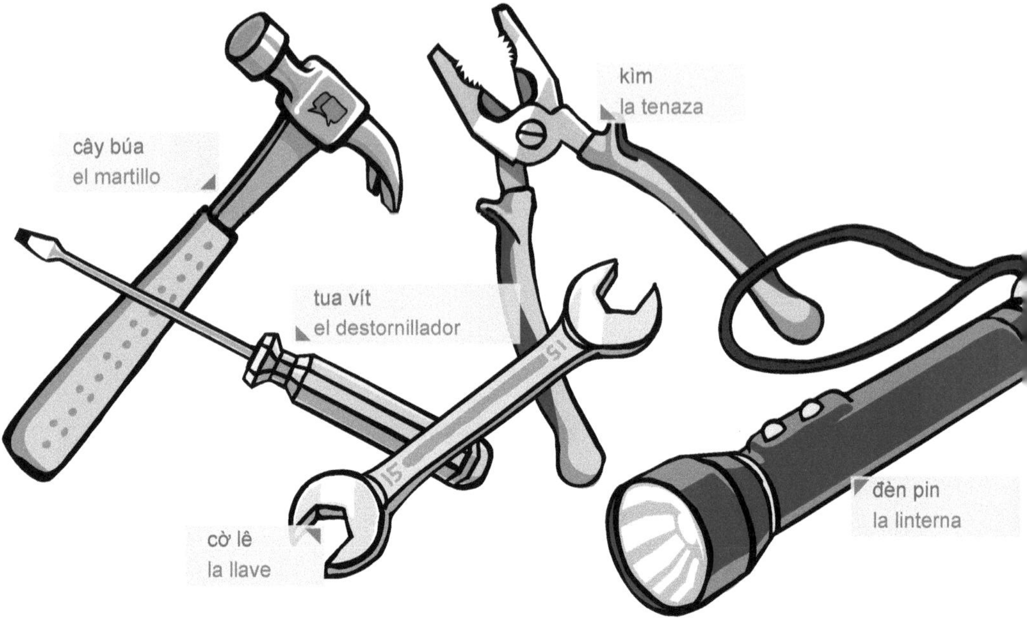

kìm
la tenaza
cây búa
el martillo
tua vít
el destornillador
cờ lê
la llave
đèn pin
la linterna

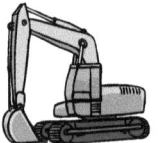

máy xúc đất

la excavadora

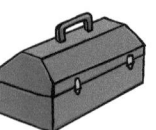

hộp dụng cụ

la caja de herramientas

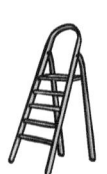

cái thang

la escalera portátil

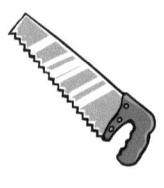

cưa

la sierra

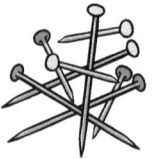

đinh

los clavos

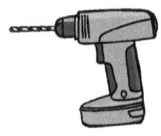

máy khoan

el taladro

sửa chữa

arreglar

cái xẻng

la pala de jardín

khốn nạn!

¡Qué bronca!

cái hót rác

la pala de plástico

thùng sơn

el tacho de pintura

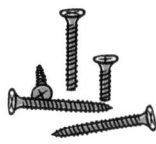

vít

los tornillos

nhạc cụ
los instrumentos musicales

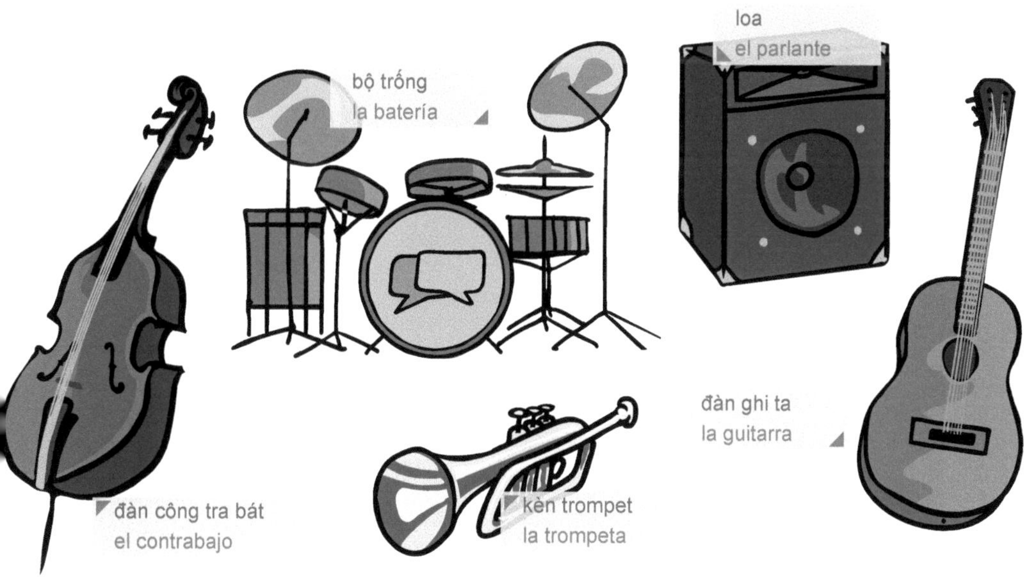

loa
el parlante

bộ trống
la batería

đàn ghi ta
la guitarra

đàn công tra bát
el contrabajo

kèn trompet
la trompeta

đàn piano

el piano

đàn vĩ cầm

el violín

ghi ta bass

el bajo

trống định âm

los timbales

trống

el tambor

đàn organ

el teclado

kèn Saxophone

el saxofón

sáo

la flauta

micro

el micrófono

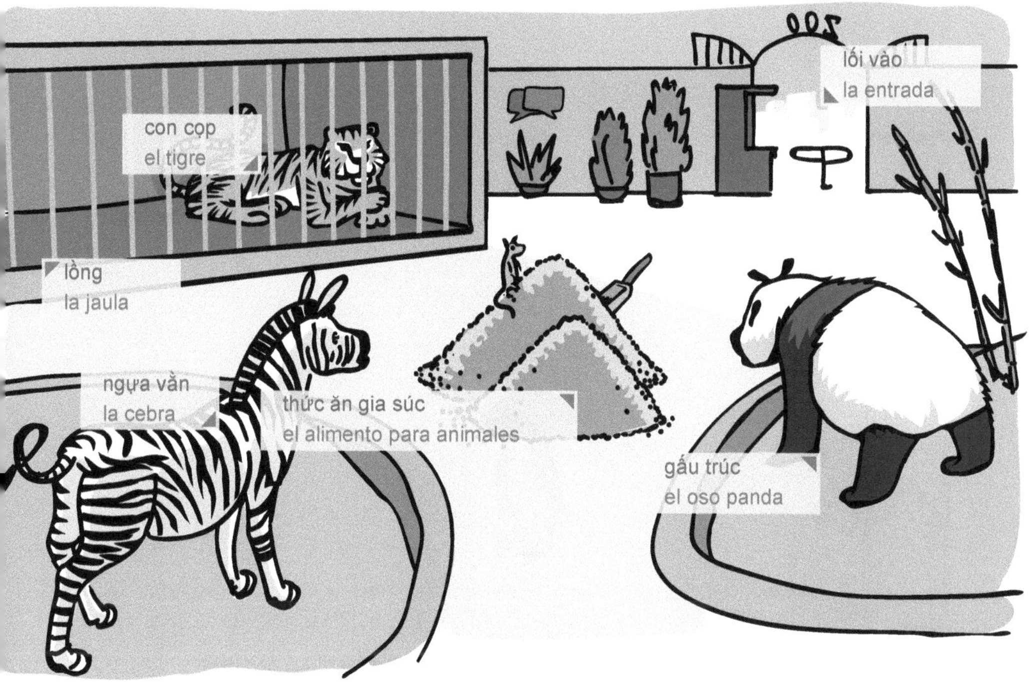

lối vào
la entrada

con cọp
el tigre

lồng
la jaula

ngựa vằn
la cebra

thức ăn gia súc
el alimento para animales

gấu trúc
el oso panda

động vật

los animales

con voi

el elefante

chuột túi

el canguro

tê giác

el rinoceronte

khỉ đột

el gorila

con gấu

el oso

lạc đà

el camello

đà điểu

el avestruz

sư tử

el león

con khỉ

el mono

hồng hạc

el flamenco

con vẹt

el loro

gấu bắc cực

el oso polar

chim cánh cụt

el pingüino

cá mập

el tiburón

con công

el pavo real

con rắn

la serpiente

cá sấu

el cocodrilo

người trông giữ vườn bách
thú

el cuidador del zoológico

hải cẩu

la foca

báo đốm

el jaguar

ngựa lùn

el poni

con báo

el leopardo

hà mã

el hipopótamo

hươu cao cổ

la jirafa

đại bàng

el águila

heo rừng

el jabalí

cá

el pescado

con rùa

la tortuga

hải mã

la morsa

con cáo

el zorro

linh dương

la gacela

thể thao
los deportes

bóng bầu dục Mỹ
el fútbol americano

đua xe đạp
el ciclismo

quần vợt
el tenis

bóng rổ
el básquet

bơi
la natación

đấm bốc
el boxeo

khúc côn cầu trên băng
el hockey sobre hielo

bóng đá
el fútbol

cầu lông
el bádminton

điền kinh
el atletismo

bóng ném
el handball

trượt tuyết
el esquí

polo
el polo

nhảy
saltar

cười
reír

ôm
abrazar

đi bộ
caminar

ca hát
cantar

cầu nguyện
rezar

hôn
besar

mơ
soñar

viết
escribir

vẽ
dibujar

chỉ trỏ
mostrar

đẩy
presionar

cho
dar

lấy đi
tomar

có
....
tener

làm
....
hacer

thì / là
....
ser

đứng
....
estar parado

chạy
....
correr

kéo
....
tirar

ném
....
tirar

rơi
....
caer

nằm
....
estar acostado

chờ đợi
....
esperar

mang vác
....
llevar

ngồi
....
estar sentado

mặc quần áo
....
vestirse

ngủ
....
dormir

thức dậy
....
despertar

xem
mirar

khóc
llorar

vuốt ve
acariciar

chải
peinar

nói chuyện
hablar

hiểu
entender

câu hỏi
preguntar

nghe
escuchar

uống
beber

ăn
comer

dọn dẹp
ordenar

yêu
amar

nấu nướng
cocinar

lái xe
manejar

bay
volar

đi thuyền buồm

navegar

tính toán

calcular

đọc

leer

học

aprender

làm việc

trabajar

cưới

casarse

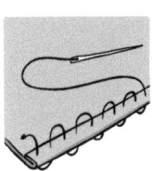

khâu vá

coser

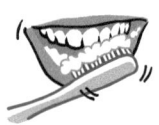

đánh răng

cepillarse los dientes

giết

matar

hút thuốc

fumar

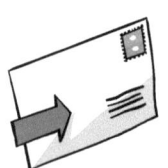

gửi đi

enviar

gia đình
la familia

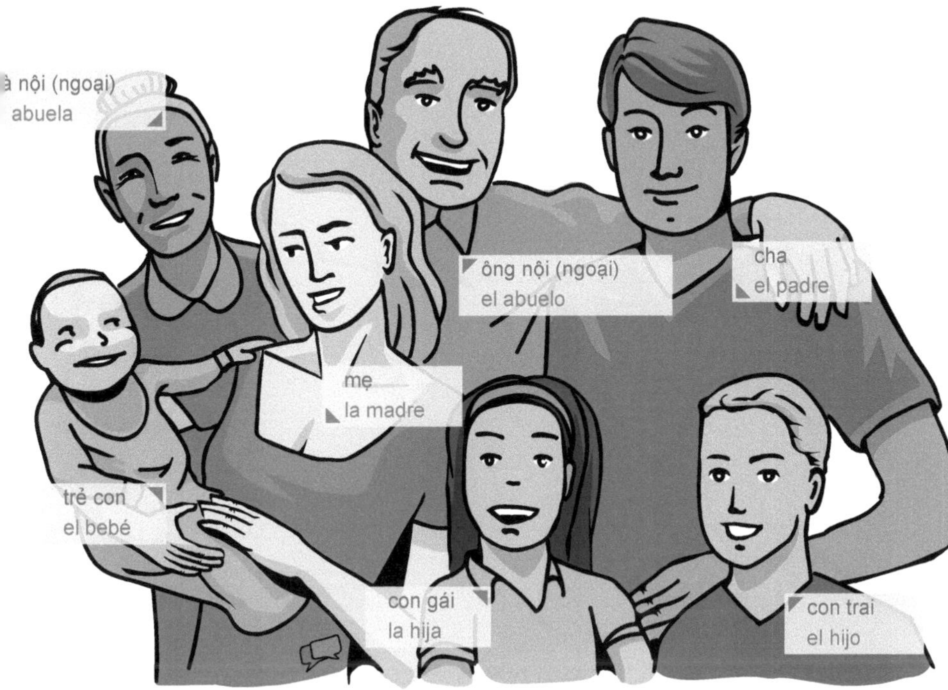
à nội (ngoại)
abuela
ông nội (ngoại)
el abuelo
cha
el padre
mẹ
la madre
trẻ con
el bebé
con gái
la hija
con trai
el hijo

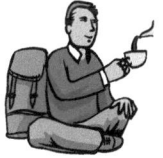

khách
el invitado

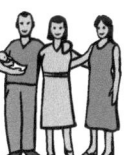

cô (dì)
la tía

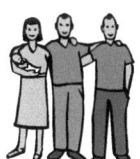

chú, bác (cậu)
el tío

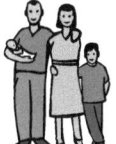

anh (em) trai
el hermano

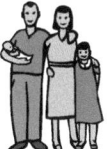

chị (em) gái
la hermana

cơ thể
el cuerpo

trán
la frente
mắt
el ojo
vai
el hombro
ngón tay
el dedo
mặt
la cara
cằm
la pera
bàn tay
la mano
chân
la pierna
ngực
el pecho
cánh tay
el brazo

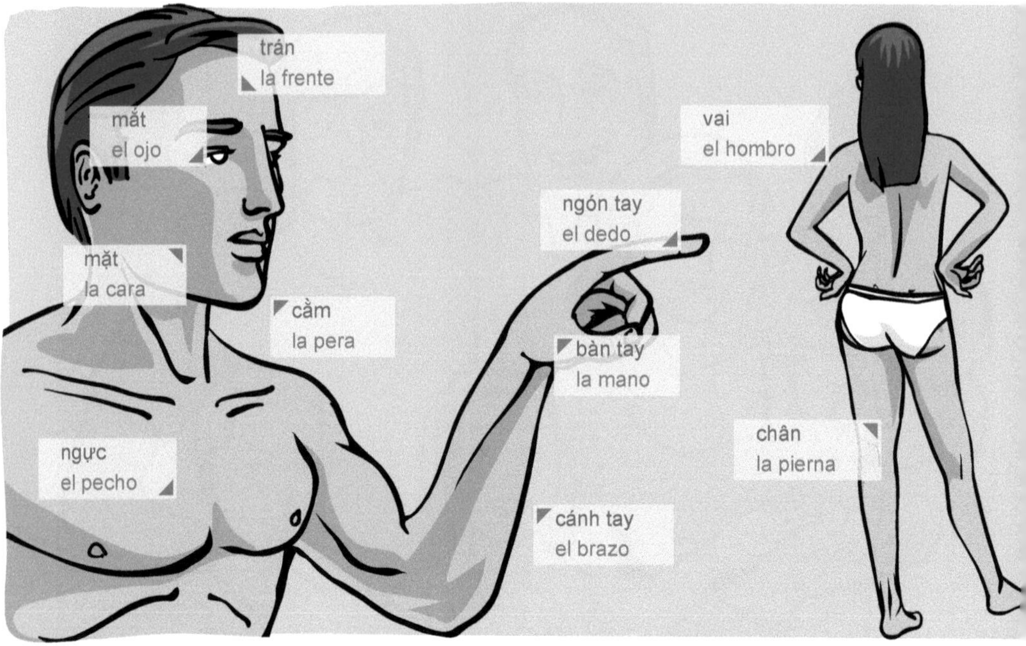

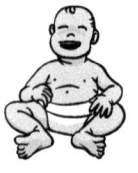

trẻ con
el bebé

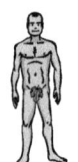

đàn ông
el hombre

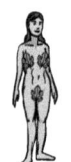

phụ nữ
la mujer

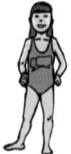

bé gái
la nena

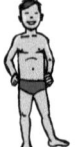

bé trai
el nene

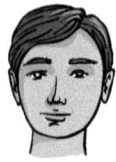

đầu
la cabeza

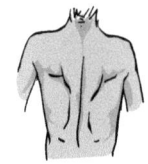

lưng
....
la espalda

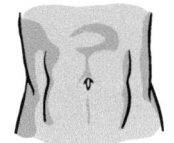

bụng
....
la panza

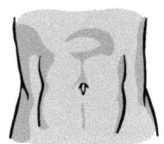

rốn
....
el ombligo

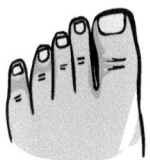

ngón chân
....
el dedo del pie

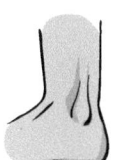

gót chân
....
el talón

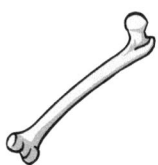

xương
....
el hueso

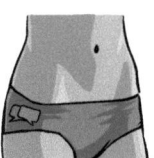

hông
....
la cadera

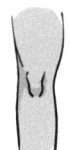

đầu gối
....
la rodilla

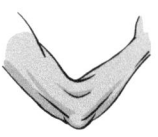

khuỷu tay
....
el codo

mũi
....
la nariz

mông
....
la cola

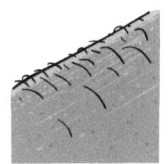

da
....
la piel

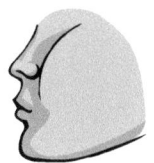

má
....
el cachete

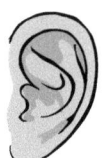

tai
....
la oreja

môi
....
el labio

miệng
....
la boca

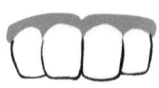

răng
....
el diente

lưỡi
....
la lengua

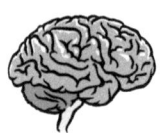

não
....
el cerebro

tim
....
el corazón

cơ bắp
....
el músculo

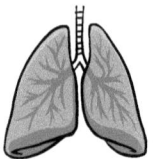

phổi
....
el pulmón

gan
....
el hígado

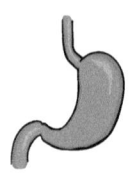

dạ dày
....
el estómago

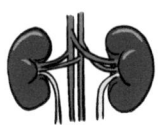

thận
....
los riñones

giao hợp
....
el sexo

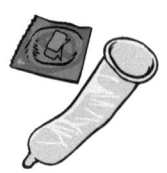

bao cao su
....
el preservativo

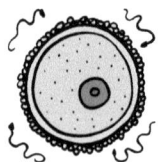

noãn
....
el óvulo

tinh dịch
....
el semen

mang thai
....
el embarazo

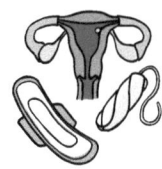

kinh nguyệt

la menstruación

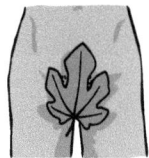

âm vật

la vagina

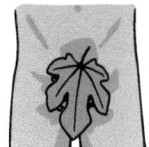

dương vật

el pene

lông mày

la ceja

tóc

el pelo

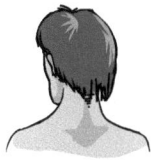

cổ

el cuello

bệnh viện

el hospital

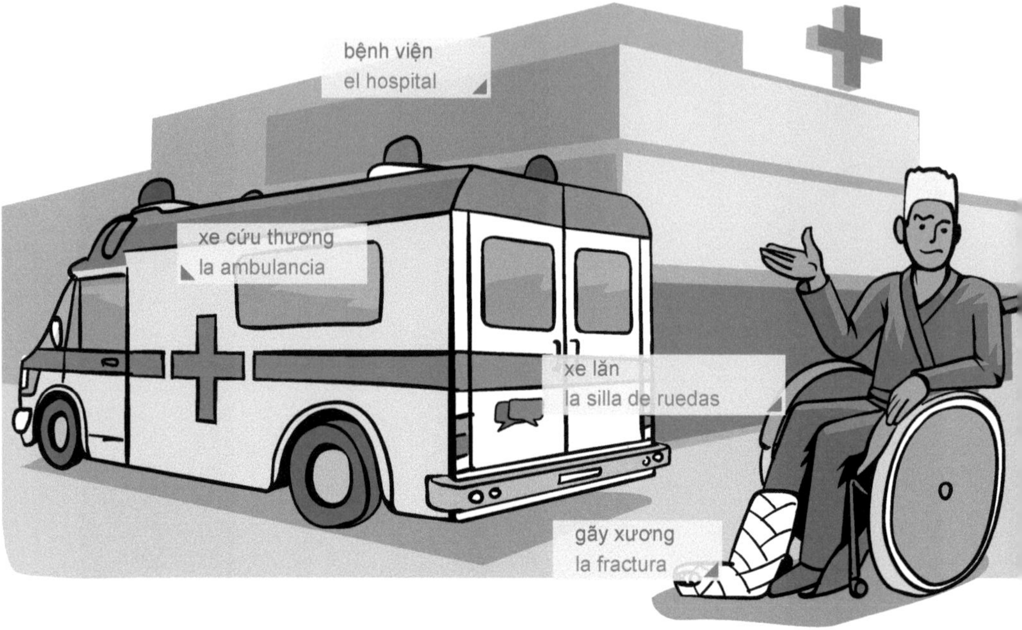

bệnh viện
el hospital
xe cứu thương
la ambulancia
xe lăn
la silla de ruedas
gãy xương
la fractura

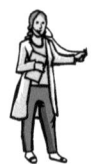

bác sĩ

el médico

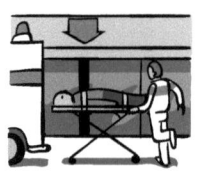

phòng cấp cứu

la sala de guardia

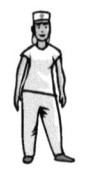

y tá

la enfermera

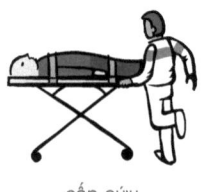

cấp cứu

la emergencia

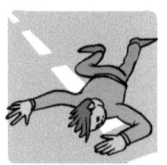

bất tỉnh

inconsciente

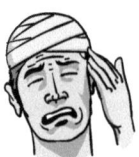

cơn đau

el dolor

bị thương

la lesión

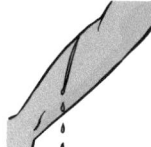

chảy máu

la hemorragia

nhồi máu cơ tim

el infarto

đột quỵ

el ACV

dị ứng

la alergia

ho

la tos

sốt

la fiebre

cúm

la gripe

tiêu chảy

la diarrea

đau đầu

el dolor de cabeza

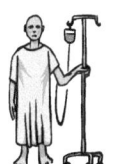

ung thư

el cáncer

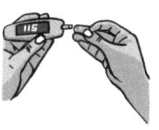

bệnh tiểu đường

la diabetes

bác sĩ phẫu thuật

el cirujano

dao mổ

el bisturí

giải phẫu

la operación

chụp cắt lớp

la TC

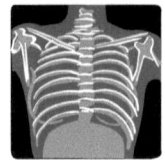

chụp x-quang

los rayos x

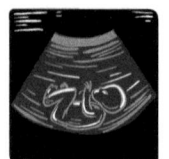

siêu âm

la ecografía

mặt nạ

el barbijo

bệnh

la enfermedad

phòng đợi

la sala de espera

cái nạng

la muleta

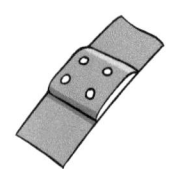

băng dán vết thương

la curita

băng bó

la venda

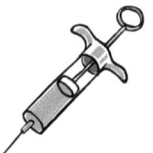

tiêm thuốc

la inyección

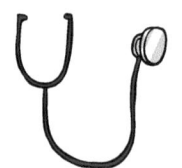

ống nghe khám bệnh

el estetoscopio

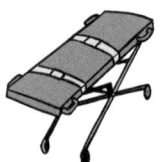

băng ca

la camilla

nhiệt kế

el termómetro

sinh đẻ

el nacimiento

thừa cân

el sobrepeso

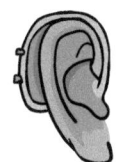

máy trợ thính

el audífono

chất khử trùng

el desinfectante

nhiễm trùng

la infección

vi rút

el virus

HIV / AIDS

el VIH / SIDA

thuốc

el remedio

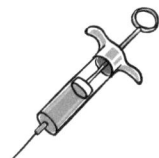

tiêm chủng

la vacunación

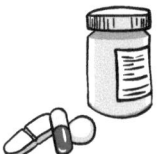

thuốc viên

los comprimidos

viên thuốc

la pastilla anticonceptiva

gọi cấp cứu

la llamada de emergencia

máy đo huyết áp

el tensiómetro

bệnh / khỏe mạnh

enfermo / sano

cứu!

¡Ayuda!

báo động

la alarma

cuộc đột kích

la agresión

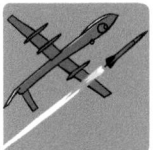

sự tấn công

el ataque

mối nguy hiểm

el peligro

lối thoát hiểm

la salida de emergencia

cháy!

¡Fuego!

bình chữa cháy

el matafuego

tai nạn

el accidente

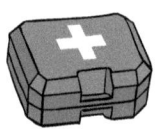

bộ dụng cụ sơ cứu

el botiquín de primeros auxilios

SOS

el SOS

cảnh sát

la policía

châu Âu

Europa

Bắc Mỹ

América del Norte

Nam Mỹ

América del Sur

châu Phi

África

châu Á

Asia

châu Úc

Australia

Đại Tây Dương

el Atlántico

Thái Bình Dương

el Pacífico

Ấn Độ Dương

el Océano Índico

Nam Cực Dương

el Océano Antártico

Bắc Băng Dương

el Océano Ártico

bắc cực

el polo norte

nam cực
....
el polo sur

nam cực
....
la Antártida

trái đất
....
la Tierra

đất liền
....
la tierra

biển
....
el mar

đảo
....
la isla

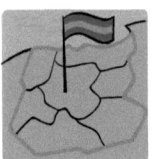

quốc gia
....
la nación

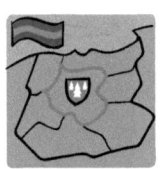

nhà nước
....
el estado

mặt đồng hồ

la esfera

kim chỉ giờ

la manecilla de las horas

kim chỉ phút

el minutero

kim chỉ giây

el segundero

Bây giờ là mấy giờ?

¿Qué hora es?

ngày

el día

thời gian

la hora

bây giờ

ahora

đồng hồ điện tử

el reloj digital

phút

el minuto

giờ

la hora

tuần lễ
la semana

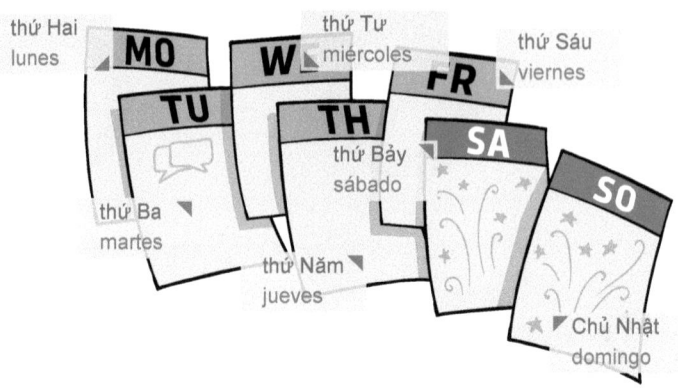

thứ Hai
lunes

thứ Tư
miércoles

thứ Sáu
viernes

thứ Ba
martes

thứ Bảy
sábado

thứ Năm
jueves

Chủ Nhật
domingo

hôm qua

ayer

hôm nay

hoy

ngày mai

mañana

buổi sáng

la mañana

buổi trưa

el mediodía

buổi tối

la tarde

ngày làm việc

los días hábiles

cuối tuần

el fin de semana

mưa
la lluvia

cầu vồng
el arco iris

tuyết
la nieve

gió
el viento

mùa xuân
la primavera

mùa thu
el otoño

mùa hè
el verano

mùa đông
el invierno

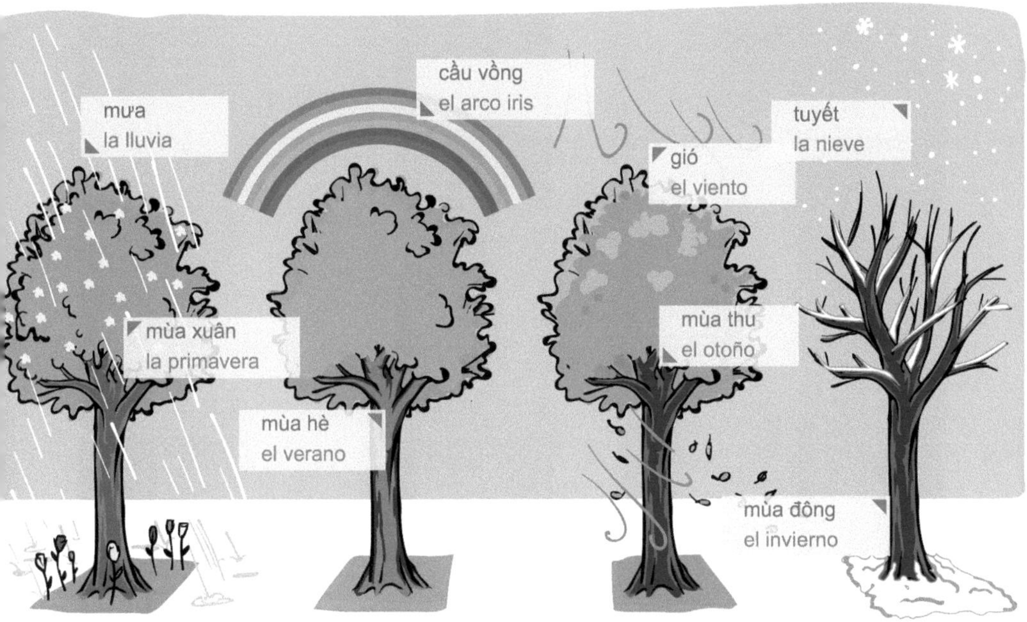

dự báo thời tiết
el pronóstico meteorológico

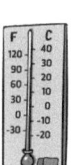

nhiệt kế
el termómetro

ánh nắng
la luz del sol

mây
la nube

sương mù
la niebla

độ ẩm không khí
la humedad

tia chớp

el rayo

sấm sét

el trueno

cơn bão

la tormenta

mưa đá

el granizo

gió mùa

el monzón

lũ lụt

la inundación

nước đá

el hielo

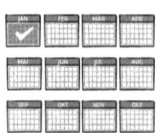

tháng Một

enero

tháng Hai

febrero

tháng Ba

marzo

tháng Tư

abril

tháng Năm

mayo

tháng Sáu

junio

tháng Bảy

julio

tháng Tám

agosto

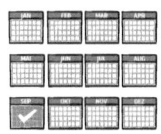

tháng Chín

septiembre

tháng Mười

octubre

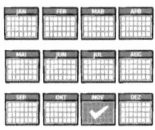

tháng Mười Một

noviembre

tháng Mười Hai

diciembre

hình dạng
las formas

hình tròn

el círculo

hình vuông

el cuadrado

hình chữ nhật

el rectángulo

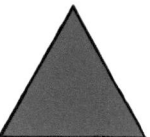

hình tam giác

el triángulo

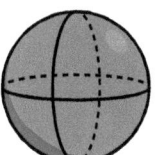

hình cầu

la esfera

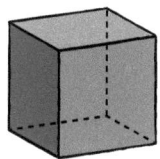

khối vuông

el cubo

màu trắng

blanco

màu vàng

amarillo

màu cam

naranja

màu hồng

rosa

màu đỏ

rojo

màu tím

violeta

màu xanh dương

azul

màu xanh lá cây

verde

màu nâu

marrón

màu xám

gris

màu đen

negro

nhiều / ít

mucho / poco

tức tối / điềm tĩnh

enojado / tranquilo

xinh đẹp / xấu xí

lindo / feo

bắt đầu / kết thúc

el principio / el fin

to / nhỏ

grande / chico

sáng / tối

claro / oscuro

anh (em) trai / chị (em) gái

el hermano / la hermana

sạch / bẩn

limpio / sucio

đủ / thiếu

completo / incompleto

ngày / đêm

el día / la noche

chết / sống

muerto / vivo

rộng / chật hẹp

ancho / angosto

ăn được / không ăn được

comestible / no comestible

ác / tử tế

malo / amable

hào hứng / chán nản

entusiasmado / aburrido

béo / gầy

gordo / flaco

đầu tiên / cuối cùng

primero / último

bạn / thù

el amigo / el enemigo

đầy / rỗng

lleno / vacío

cứng / mềm

duro / blando

nặng / nhẹ

pesado / liviano

đói / khát

el hambre / la sed

bệnh / khỏe mạnh

enfermo / sano

bất hợp pháp / hợp pháp

ilegal / legal

thông minh / ngu

inteligente / estúpido

trái / phải

izquierda / derecha

gần / xa

cerca / lejos

mới / cũ

nuevo / usado

không có gì cả / có cái gì đó

nada / algo

già / trẻ

viejo / joven

bật / tắt

encendido / apagado

mở / đóng

abierto / cerrado

im lặng / ồn ào

silencioso / ruidoso

giàu / nghèo

rico / pobre

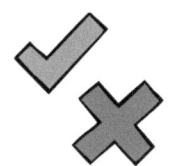

đúng / sai

correcto / incorrecto

sần sùi / mịn màng

áspero / suave

buồn / vui

triste / contento

ngắn / dài

corto / largo

chậm / nhanh

lento / rápido

ẩm ướt / khô ráo

mojado / seco

ấm áp / mát mẻ

caliente / frío

chiến tranh / hòa bình

guerra / paz

con số

los números

0	**1**	**2**
số không	một	hai
cero	uno	dos
3	**4**	**5**
ba	bốn	năm
tres	cuatro	cinco
6	**7**	**8**
sáu	bảy	tám
seis	siete	ocho
9	**10**	**11**
chín	mười	mười một
nueve	diez	once

12

mười hai

doce

13

mười ba

trece

14

mười bốn

catorce

15

mười lăm

quince

16

mười sáu

dieciséis

17

mười bảy

diecisiete

18

mười tám

dieciocho

19

mười chín

diecinueve

20

hai mươi

veinte

100

một trăm

cien

1.000

một ngàn

mil

1.000.000

một triệu

el millón

tiếng Anh
el inglés

tiếng Anh Mỹ
el inglés americano

tiếng Quan Thoại
el chino mandarín

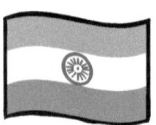

tiếng Hin-di
el hindi

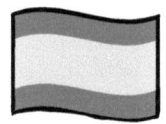

tiếng Tây Ban Nha
el español

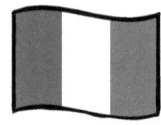

tiếng Pháp
el francés

tiếng Ả-rập
el árabe

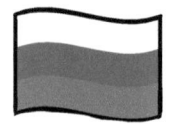

tiếng Nga
el ruso

tiếng Bồ Đào Nha
el portugués

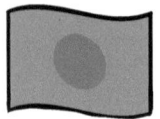

tiếng Bengal
el bengalí

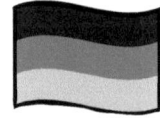

tiếng Đức
el alemán

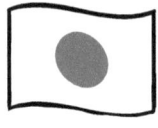

tiếng Nhật
el japonés

tôi
yo

bạn
vos

anh ta / cô ta / nó
él / ella

chúng tôi
nosotros

các bạn
ustedes

họ
ellos

ai?
¿quién?

cái gì?
¿qué?

như thế nào?
¿cómo?

ở đâu?
¿dónde?

lúc nào?
¿cuándo?

tên
el nombre

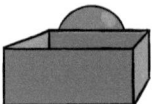

phía sau

detrás

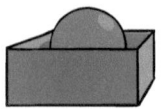

ở trong

en

phía trước

adelante de

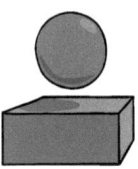

phía trên

por encima de

ở trên

sobre

ở dưới

debajo de

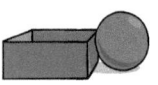

bên cạnh

al lado de

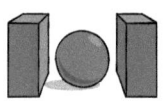

ở giữa

entre

chỗ

el lugar